நூலறுந்த காத்தாடி

தீபிகா.வெ

ஏலே பதிப்பகம்

நூலறுந்த காத்தாடி– கவிதை
© தீபிகா.வெ 2021
எழுத்தாளர்: தீபிகா.வெ
முதல் பதிப்பு: ஜனவரி 2021

வெளியீடு:
ஏலே பதிப்பகம்
5/175, பாத்திமா நகர்,
கூத்தென்குழி,
திருநெல்வேலி – 627104
தொடர்புக்கு: 9944992571

Noolarundha kaathadi - Poetry
All Copy Rights Reserved By © DEEPIKA.V 2021
Author: Deepika
First Edition: January 2021

Published By:
Aelay Publish
5/175, Fathima nagar,
Kuthenkuly,
Tirunelveli -627104
Phone: 9944992571

Design And Executed by

ISBN : 978-9355330505
Page : 69

முன்னுரை

உள்ளுக்குள் இருக்கும்
உணர்வுகளை
உறங்க வைக்காமல்
உலகமறிய உரக்க சொல்பவன்!

நாம் காண முடியாத உலகை
தன் கற்பனை மூலம்
கவிதையாய் படைத்து
அதை நம் கண் முன் கொண்டு வந்து
விருந்து அளிப்பவன்!

வாழ முடியா வாழ்க்கையை
தன் வரிகளினால் வாழ வைக்கும்
அனைத்து கவிஞர்களுக்கும்

இக்கவிதைLS சமர்ப்பணம்..!

சோகத்தை சுமந்து விழும்
இலைகளை போல...தினமும் காதல்
என்னும்
நினைவில் சுமந்து விழுவதே
காதல்..மனிதர்களிடமுள்ள
பாகுபாடுகளைப் பார்த்து
வருவதல்ல காதல். அனைத்து
பாகுபாடுகளையும் களைந்து
ஒருவரை நமக்கு இணையானவர்
என்று ஏற்பதே காதல் உண்மையான

காதல் என்றும் தோற்பதில்லை..
தோற்கும் காதல் உண்மையான
காதல் இல்லை....
காதலில் ஜெயித்தவன் காதலை
மதிப்பதில்லை..
தோற்றவன் காதலை
மறப்பதில்லை... காதலை பற்றிய
முழு குறிப்பையும் இந்நூலில்
படிக்கலாம்.............

ஆசிரியர் குறிப்பு

நின்று கவனித்து நேரம் போக்காமல் இலக்கு நோக்கி ஓடிக்கொண்டே இருப்பவர்! தன்னப்பிக்கை உள்ளவரை உன்னை வெல்ல இங்கு யாரு? என்ற நோக்குடன் வாழ்க்கை பயணத்தை மேற்கொண்டு மூன்று புத்தக்கத்தின் (Aval,Wishes are in the order, ecstasy) துணை ஆசிரியராகவும் பிரபஞ்சத்தின் சொற்கள் என்ற புத்தகத்தின ஆசிரியராகப பணியாற்றி உள்ளார்!. மாநில அளவில் கட்டுரைப் போட்டியில் முதலிடம் பெற்றுள்ளார்." பேச்சுக் கலை அது மூச்சு கலை" என கருதி திரு.வி.க மாணாக்கர் விருது , சிறப்பு பேச்சாளர் விருது..... பெற்றுள்ளர்

"தெய்வத்தான் ஆகா தெனினும் முயற்சிதன்

மெய்வருத்தக் கூலி தரும்."

1) மறக்க இயலவில்லை...
அதை,
மறைக்கவும் முயலவில்லை...
உன் விழி மயக்கத்தை
மறுக்க வழியின்றி...
வலியுடன்...
என்றும் நான்...

2) மாறியது நீயோ?.... நானோ?
மாற்றம் கண்டதோ...
நம் காதலடி.......
காரணம் தெரிவித்துசெல்.
காரணமின்றி மறுத்து செல்லாதே...
என்னை...!
மரணத்தை கூட தாங்கிவிடுவேன் ....
உன் மௌனத்தை அல்ல

3) ஆயிரம் காதல் கவிதைகள் எழுதி
என்ன பயன்....?

என் காதல் என்னவோ தோல்வியில்
தான் முடிந்தது....

சிதைந்து கிடக்கும் என்
சிந்தனையில் இன்னொரு காதல்
கவிதைக்கு உயிர் கொடுக்க
இயலாது....

4) உன்னை நினைத்து கண்ணீர்
தானம் செய்ததும் போதும்....

உன் நினைவுகளை நினைத்து
இரவுகளை தொலைத்ததும்
போதும்....

என் இரகசிய பக்கங்கள் என்றும்
நீயாகவே இருந்திடு....

நான் மறப்பேன் என்பது
சாத்தியமில்லை
உன்னை மன்னிப்பேன் என்பது
மட்டும் என்னுள் சாத்தியம்!

5) மனதால் நான் ஒரு மார்க்கோ போலோ..
நீ நினைக்கும் இடத்திலெல்லாம் என்னால் முடியாது,

நிலவு மட்டும்தான் நமக்கு அலைவரிசை..
நடுச் சாமமும் நடுக்கடலுமே என் போக்கிடங்கள்..
இதில் உன் தூண்டிலுக்கு நான் துரோகிதான்,

ஏனென்றால் நான் இருப்பது இரும்பு குழைந்து செய்த
உருக்குக் கப்பல்..

நானும் ரசிகன், நான் ரசிப்பது சீசரின் இரத்தத்தில்
மலர்ந்த ரோஜாக்களை..
அத்தர் தெளித்த அடர்ந்த மூலிகைக்காட்டில்,

காலைப்பனி சூழ்ந்த நீர்தாரையின் ஓரத்தில் நொடிக்கு

ஒற்றைத்துளி பருகி, முகை விரித்து மகரந்தம் பரப்பி
புணரக் காத்திருக்கும் ஓர்கிட்டுகளையல்ல..

நீ புனித ரோஜா.. உன்னை எங்கனம் விதைத்து
மலராக்குவேன்..

மன்னித்து விடு!. மலர் தோப்பில் நீ
ஜொலிக்க வேண்டும்..
மாநிலம் போற்ற நீ வாழ வேண்டும்..
விலகிச் செல்தலும் ஒருவகை
காதல்தான்

---

6) சிறு பிரிவு தான்
என்றாலும்
உன்னை பிரிகையில்
உன் நினைவுகளோடு
சேர்ந்து
கரைந்து போகும்
கடிகார நேரம்....
உன்னை காண்கயில்
மீண்டும்
உயிர் பெற்று கொள்ளும்
மாயம் தான்
என்னவோ என்னவனே!

7) பார்த்த முதல் பார்வையிலே
புரிந்தது எனது
தேடலின் அர்த்தம் நீயென ..
ஒரு விரல் கோர்த்து முன் நீ
நடக்கையில் புரிந்தது
நீ பிறந்தது ஏன் என ...
முதல் கட்டியணைப்பில்
உன் மூச்சின் முழு வேகம் புரிந்தது
...
எனக்காய் பிறந்த போதிலும்
எனக்கென்று பிரசவித்த போதிலும்
எந்தன் தாயென புரிந்தது ...
புரியாத உன் அழுகையில் புரியவே
இல்லை
நான் கண்டது வெறும் கனவு
என்றும்
நீ எனக்கு கிடைக்கவே
போவதில்லை என்றும்
உன் கடைசி கட்டியணைப்பில்
தெரிந்தது!

8) ஆயிரமாயிரம் கோபங்கள்
ஆயிரமாயிரம் வலிகள்
இவை அனைத்தையும் -
உன் ஒற்றை பார்வையால்
சரி செய்துவிட்டு வருகிறேன் என்று
சொல்லி
நீ விலகி போக...
அரை நாள் இன்பம் தொலைத்து
மீண்டும் ஆயிரமாயிரம்
கோபங்களுடனும்
ஆயிரமாயிரம் வலிகளுடனும்
நானும் விடைபெறுகிறேன்
உன்னிடமும் உன் காதலிடமும் . . . !

9) மரணிக்கும் வலியை
உணர்தேன்..
நீ என்னிடம் மௌனித்து
போனபோது
என் வார்த்தைகளின் ஒவொரு
அர்த்தங்களும் புரிந்தால்
பிரிந்து செல்லவே
யோசித்திருப்பாய்
காலங்கள் மாறும்:காதலும் கை
கூடும்
என்றோ நாம் யோசித்து வைத்த
கதைகளும் நிஜமாகும்........

10)என்னுயிரே...

கனவை
சுமக்கும் கண்கள்தான்...

வெள்ளமாக வரும்
கண்ணீரையும் சுமக்கிறது...

நீ கொடுத்த அன்பை
சுமக்கும் என் இதயம்தான்...

உன் பிரிவை
தாங்காமல் தவிக்குதடி...

நான்
தனிமைக்காக வாடியதில்லை...

துணையாக உன் நினைவுகள்
என்னில் இருக்கும்வரை...

நீயும் படித்திருப்பாய் வல்லினம்,
மெல்லினம்,இடையினம் என்று...

உன் பிரிவால் நான்
புதிதாய் படிக்கிறேன்...

உன்னால்
வலியினம் ஒன்று...

உன்னிடம் காதலை
சொல்ல தயங்கியவன்...

சொல்லாமலே
இருந்து இருக்கலாம்...

இன்று நான் வலிகளை
சுமந்து கொண்டு இருக்கிறேன்...

எல்லோருக்கும்
உதிக்கும் சூரியன்...

எனக்கு மட்டும்
இன்னும் உதிக்கவில்லை...

விடியல் என்று ஒன்று
எப்போது என் வாழ்வில்...

11) காலத்தால் நம்காதல் கனியுமென்று
ஞாலமிதில் காத்திருந்தாய் - உன்
அத்தனை நம்பிக்கையையும்
மொத்தமாய்ச் சிதைத்தழித்துச்
"செத்துப்பிழை" என்றே தான்
சத்தமின்றிச் சென்றேன் நான்;
எல்லாமே நானென நம்பியிருந்தாய்;
சொல்லால் வதைத்துன்னைக்
'கொல்லாமல் கொன்று புதைத்தேன்'
நான்;
உலகில் நல்லுட்கிடையாள்
உனையன்றி
என் மனதில் எவருமிலை - இருந்தும்
விலகிடல் வேண்டிய தொன்றாயிற்று...!
என்னுடலில் பரவிவருங் கொடுநோய்
எனைக் கூற்றுவனுக் கிரையாக்க
வதைதருது
உனைப் பிரிந்த வாதையது
அதைப்பருகி
உயிர்வலிக்க, ஏதோ இயல்பளவில்
சுழலுகிறேன் மூச்சிழுத்து, ஏங்கித்
தினம்
உழலுகிறேன் உன்நினைவால்...எனை
மன்னிப்பாயா...?

12) வரம் ஒன்று கிடைத்திருந்தால்
நாங்கள் அனுபவிக்கும் குருதிப்
போருக்கு
என்றோ விடுதலை வாங்கி
இருப்பேன்
ஆனால் இந்த மனித குலத்தை
காட்க
ஒவ்வொரு மாதமும்
வலியையும் ஏளனத்தையும்
சிரித்துக் கொண்டே
போராடுகிறோம்.

13)உன் மேல் கொண்ட
என் காதலையும்!
உன் மேல் கொண்ட
என் ஆசைகளையும்!
மனதினுள் மறைத்து வைக்காமல்
மொழி பெயர்த்தேன்
"கவிதைகளாக"

16)பூ மகளே...!

கோடைகால வறட்சி
ஊட்டி மலர் கண்காட்சி...

வாசம் வீசும் வண்ண
மலர்களுக்கு மத்தியில்...

பெயர் தெரியாத புதுமலரொன்று
உன்னை கண்டேன்...

மகரந்தத்தை தங்கி நிற்கும்
வண்ண மலர்கள்...

இரு வெள்ளி மீன்களை
கொண்டிருக்கும் புதுமலர்...

மலர்களுக்கு மத்தியில்
உன்னை கண்டேன்...

உன் மனதோடு
காதல் கொண்டேன்...

விலாசம்
கொடுத்து செல்வாயா...

வினாவாக
பார்வை வீசுவாயா...

மீண்டும் எப்போது
உன்னை காண்பேன்...

மீண்டும் நான்
உன்னை காணவேண்டும்...

என் இதய துடிப்பை
நீ கேட்க வேண்டும்...

வண்ண
மலர்களை சுவாசிப்பவளே...

என்னை
நீ நேசிப்பாயா...

வண்ண மலர்களோடு
காத்திருப்பேன் என்றும் உனக்கா

17)இரவையும் பகலையும் தினம்
சந்திக்கும் மாலைபொழுதே...

நானும் அவளை
சந்திக்க காத்திருக்கிறேன்...

என்னோடு கோபம் கொண்டு
சென்ற ஜோடிக்கிளி...

இன்னும் என்னை
காண வரவில்லை...

மலர்ந்தால் வாடி உதிர்ந்துவிடும்
பூக்களுக்கு மத்தியில்...

வாடியும் உதிராத
செங்காந்த மலரை போல...

மாதங்கள் பல கடந்தும் இன்னும்
அவளுக்காக காத்திருக்கிறேன்...

தினம்
என் நெஞ்சம் கரைகிறது...

நெஞ்சத்தில் இருக்கும் அவள்
என்றும் கறையப்போவதில்லை...

என்னைவிட்டு நீ மட்டும்
சந்தோசமாக சந்தித்துக்கொள்.

இரவையும் பகலையும்
தினம் தினம்...

செவ்வான
அந்தி பொழுதே.....

பாறையான என் இதயத்தில்
காதல் என்னும் விதை தூவி...

மலர செய்தாய்
எனக்குள்ளும் காதலை...

மென்மையான
உன் இதயத்தில்...

நானும் அமைத்தேன்
காதல் என்னும் நந்தவனம்...

கடற்கரையில்
கட்டிய மண்வீட்டை...

அலைகள் அரிப்பதுபோல
உனக்குள் இருந்த என்னை...

எளிமையாக
வெளியே எறிந்தாய்...

பாறையில்
உதித்த காதல் மலர்...

இன்னும் உன்னை
நினைத்தே வாழுதடி...

மண்ணில் உன் நினைவுகளின்
அழுத்தம் தாங்காமல்...

உடைந்து சிதறுவதற்குள் என்னை
முழுமையாக சிறை எடுத்துவிடடி...

காதலால்
கைது செய்தவளே...

என்னை நீ
விடுதலையாக்கியது ஏனோ....

18)என்னுயிரே...

உன்னை எப்போதும் தொடரும்
உன் நிழலை போல...

உன்னை தொடர
நினைத்தேன்...

நீயோ இருளில் மறையும்
நிழலைபோல என்னை மறந்தாய்...

தொட்டு விட முடியாத
தூரத்தில் நீ இருந்தும்...

உன் நினைவுகள் என்னை
தொடர்வதேனடி...

என்னை மறந்த உன்னை
நான் மறக்க நினைத்தாலும்...

உன்னை நேசித்த
நினைவுகள் அவ்வப்போது...

உன்னை
நினைவு படுத்துதடி...

மறந்த உன்னை
மறக்காத என் இதயம்.....

என்னருகில்

இருப்பவர்கள் எல்லோரும்...

என்னை நேசிப்பவர்கள்

என்று நினைத்திருந்தேன்...

நீ என்னை பிரிந்து சென்ற

போதுதான் உணர்ந்தேன்...

உன்னைப்போல் என்னை

நேசிக்க
யாரும் இல்லையென்று...

என்னைவிட்டு
நீ

செல்லும்போது...

இமைகள் தாங்கிய

கண்ணீருடன் சென்றாய்...

இன்று இமைகள் தடுக்க

முடியாத கண்ணீர் என் விழிகளில்...

ஆறுதல் சொல்ல

அருகில்
பலர் இருந்தாலும்...

உன்னைப்போல் என்னை
அரவணைக்க

யாரும் இல்லையடி என் சகியே........

19)அடைமழை நனைத்த
இலைகளில் ஒரு இலையின் மேல்
இருந்த

மழைத்துளி மட்டும் காரிகையின்
கார்மேக

கூந்தலில் விழுந்தது.. சட்டென
திரும்பி பார்த்த அவளின் ஏகாந்த
பார்வையில்

மோட்சம் அடைந்தது அந்த இலை...

ஊமையாய் இருந்தவளை
உம் இருவிழியால்
உவமையாக்கியவன் நீ.......!!!

மனதை உருக்கி
உன்னதமாய்
கொடுத்தவன் நீ....!!!!

மலையை குடைவது போல
மனதை குடைந்து குகையை
உருவாக்கியவன் நீ.....!!!!

அன்பெனும் உருவத்தை
உள் செதுக்கி குகையினுள்
வைத்தவன் நீ....!!!

அறியா வண்ணம் அறியப்பெற்ற
என் மனதை
கண்டுபிடித்தவன் நீ.....!!!

மனதை திருடிக்கொண்டு
திருடா வண்ணம்
நடிப்பவன் நீ....!!!

என்னிடமிருந்து மனதை
கொல்லைகொண்ட
என் கள்வனே நீதானடா....

20)தேன் சிந்தும் உந்தன்
இதழ்களின் ஓரம்
பூத்தும் பூக்காமலும் காணும்
புன்னகை
மலர்ந்து மலராத தாமரை
மொட்டின்
அழகேந்தி காணும் என்மனதை
சொல்லொணா
சஞ்சலத்தில் ஆழ்த்துவதேனோ
அறியேன் நானே

21)தண்புனல் ஓடையுளே
வெண்மதியோ முகம்பதிக்கும்
தென்பொதிகைத் தென்றலுக்கோ
மலரினங்கள் சிரந்தாழ்த்தும்
பண்பொதிந்த பதிகங்கள்
ஈசனவன் பறைசாற்றும்
அன்பேயென் காதலியே கவிஉளரும்
உனைக்காண !

22)Ύண்டுதிய மலரினங்கள்
இதழவிழ்க்கும் தேன்சுவையாய்
உன்பேச்சு இருந்ததடி
இத்தனைநாள் வரையில்
சினங்கொண்ட தேளாக இன்றுநீ
கொட்டியதேன்
ஏனோயிம் மாற்றம் நம்முறவுப்
பாதையிலே
தாங்காதடி இனிமேலும் இந்நிலை
தொடர்ந்திருக்க
மங்காத பொன்னொளியே மரகதச்
சிலையழகே
பாங்காக வந்துருவாய் நம்காதல்
மணந்திடவே

23)சின்ன இடை உடல் பேண விடை பகரும் கண்விழியாள்
பின்னலிட்ட கூந்தல்தனை பிச்சிப்பூ சிறப்பிக்க
கன்னங்கள் மாங் கதுப்பாய் ருசித்திடும் வண்ணத்தில்
முன்னகங்கள் கவர்ச்சியுற பின்கலன்கள் தாங்கிநிற்கும்
அன்பகமே என்னகமாய் வரும்காலம் எப்போது !

24)அஞ்சன மையிட்டு கயலொத்த விழியுற்று
மிஞ்சிடும் சிவப்பழகில் கொஞ்சிடும்
பைங்கிளியே
பஞ்சமிலாப் பிரதேசங்கள் உன் பாதாதி
கேசம்வரை
வஞ்சியவள் தோற்றமோ சாஞ்சியின் தூண் ஆமே !

கங்கணம் கைஒளிர கால்கொண்ட
கழல் ஒலிக்க
சங்கொத்த கழுத்துற்று
அங்கமெங்கும் மெருகேறி
பங்கமில்லா அழகுடனே
மின்னுகின்ற பெண்ணொருத்தி
அங்குமிங்கும் பாராது வருவாளே
எனைநோக்கி

25)அன்புடன் பண்பையும்
செயலுக்கு
அறிவையும் அளித்திடும்
என்னவளே !
இன்பத்துள் இன்பமாய் துன்பத்தில்
துணையென இருந்திடும்
இனியவளே !
அயனிட்ட உயிருக்கு மயன் இட்ட
மாளிகை யாம்பெற்ற உன் காதலே
!
தாயிட்ட மொழிதன்னில்
உனைப்புகழ
நேர்ந்தது யாம்செய்த புண்ணியமே
!

26)உன்னை பிரிந்த நொடி முதல்
சோகங்களால் நிறைகிறேன்
காலம் மாறினாலும்
காயம் மட்டும்
வடுகளாய் என் மனதில்
நம் காதலின்
நினைவு சின்னமாய்..

என்
மேல் இமையும்
கீழ் இமையும்
சேருமிடத்தில்..

உன்
நினைவென்னும்
ஊசியால்
குத்தாதே...

என்
உயிர் குடிக்கும்
உன்
நினைவுகளுக்கு
உறவு கொடுப்பாயா..

நீ
தீண்டுவாய் என..
உன்
கால் மிதிபடும்
சருகாகவும்
காதிருப்பேனடா...

சில
நேரங்களில்
சிலையாகிப்போகிறேன்..
பல நேரங்களில்
பைத்தியமாகிறேன்..
உன் நினைவாலே..

உன்
நிஜங்களோடு
பேசிக்கொண்டு,
என்
நிழல்களோடு
வாழ்கிறேன்..

உன் நினைவாலே...............

27)உன் கண்பொத்தி
விளையாட்டுகள் என்னை
கவருவதில்லை ..
ஒளிந்துகொள்ளும் உன்னை
எனக்கு பிடிப்பதும் இல்லை ..
சந்திக்கும் முகங்களில் எல்லாம்
உன் சாயல்களை சலித்து ..
முகம் இல்லா விண்ணப்பங்களில்
உன் முகவரி அலசி

நட்சதிரங்களை எண்ணியபடியே
நிலவொளிக்கு நிற்கிறேன் .....என்
இரவுகள் அம்மாவாசை இருளில்
என

அறிந்தும் கூட ..!!!

28)வழியும் குருதியை அவள் வருட....,
விரல்களில் பிசுபிசுக்கிறது

அவனின் காலாவதியான
கடந்தகால ப்ரியங்கள்...

அணுவில் நுழைந்து அவள்
அண்டங்கள் நிறைத்த அதன்
வாடை

நாசியில் நுழைகிறது வெறுப்புக்
காற்றை வீசியபடியே.

பளிங்கு பனியினால் பதமாய்தான்
செய்கிறாய்சொல்கத்திகளை..

நேர்த்தியாக அவள் நெஞ்சினில்
இறக்கி நிமிட்டி நிமிர்கிறாய்.

அவள் கண்ணீர் வெப்பத்தில்
கத்திகள் கரையலாம் ..

அவள் காயங்கள் காக்கும் அதன்
தடயங்களை..

கத்திகள் கரைந்தன....காயங்கள்
மறைந்தன".. என

கண்சிமிட்டி சிரிக்கிறாய் ,,

கண்டதுண்டோ சடலங்கள்
சிரிப்பதை.??????

இதோ சிரித்துகொண்டு
இருக்கிறாள் உன்னுடன் சேர்ந்து ..

உன் சிரிப்பு அதிர்வுகளில் அவள்
அழுகையை அடக்கியபடியே...!

குளிரில் நடுங்கும் அவளின் இதழ்
கூச்சல் போடும் இமைகள்
என் உள்ளத்தைக் கொள்ளை
அடிக்கும்
அவளின் பார்வை
முத்தத்திற்காக ஏங்கும்
அவளின் மூச்சு
முழுவதும் கொடுத்தேன்
அந்த இதயத்தில் ....!

29)மலரை கண்டு
போதை கொண்டு
வந்த வண்டு போலே நின்று
என் உள்ளம் உன்னை நாடுதே
வழி வீதி வழி ஓடுதே!

வெண் காகிதம்
கறை பட
எழுதுகிறேன்,
என் காதலை!
விடை சொல்
வினாவே!

புற்று ஈசல்...........
போலே
திரிகிறேன்!
சொல்லிடு, உன்
மழைக் காலம்!
நான் மடியும்
முன்னே!

கடலிலே
நீந்துகிறேன்!
என் கனவிலே,
காப்பாற்ற
ஒரு நொடி,
உன் கண்
அசைவிலே!

கண்ணீரிலே
கரையாத
உன் மனம்!
செந்நீரிலே
கரையுமோ?
என் காதலே!..... .. ..

30) பொழுது போகவில்லையென்று
பொழுதைப் போக்க
பொய்யான காதலை
பொழுதெல்லாம் வளர்த்தாளோ......?

31)நான் உன்னை
நேசிக்கிறேன் என்றேன்...

ஏளனமாக என்னை
பார்த்து புன்னகைத்தாய்...

நான் மறுத்தால்
உன்னை என்றாய்...

நான்
இல்லையேல் என்றேன்...

பைத்தியம்
என்றாய்...

நீ செல்லும் இடமெல்லாம்
உன் பின்னால் வந்தேன்...

நீ என்
நிழலா என்றாய்...

உன் நிழலை கூட
உன்னால் இருளில் காணமுடியாது...

என்னை நீ உணர
முடியும் என்றேன்...

கேலியான
புன்னகையில்...

நானும் உன்னை
நேசிக்கிறேன் என்றாய்...

வெறுத்தால் உண்மையாக
வெறுத்துவிடு...

பொய்யாக மட்டும்
நேசிகாதே என்னை.....

32)உந்தன் கைகள் பிடிக்கும் நேரம்
எந்தன் இதயம் துடிக்கும் வேகம்
என்றும் அதையே வேண்டி நிற்கும்.
இதய துடிப்பில் பாடல் பிறக்கும்.

துன்பம் ஏதும் வந்தால் தோழி நீ
ஆறுதல்
அன்பு வார்த்தை போதும் அதுவும்
மறைந்து போகும்.
காலை முதல் மாலை வரை
முழுதும் உன்னுடன்
நாளை அல்ல வாழ் நாள் முழுதும் நீ
என்னுடன்

33)பட்டுப் போல் பெண் நீ பக்கத்திலேயே
இருந்தால் பாட்டுக்கேது பஞ்சம்?
முத்துப் போல் பெண் நீ கவிதை சொல்லச்
சொன்னால் முத்தமிழில் முழ்கிய என் கவிதைகள்
உன்னைக் கொஞ்சும்..

34) உன்னோடு பேச வேண்டும்
மணிக்கணக்கில் உன் குரல் கேட்க வேண்டும்
ஒவ்வொரு நொடியும் இனிக்க வேண்டும்
விடியற்காலையில் புல்மேல் உள்ள
பனித்துளி போல் நான் மிதக்க வேண்டும்
காலம் என்ற கள்வனின்
கைபிடியிலிருந்து மீள வேண்டும்
எண்ணிக்கையில்லா எண்ணங்களோடு
உன் கரம் பிடித்து நடக்க வேண்டும்
உன் உயிராய் நானிருக்க
என் உணர்வாய் நீயிருக்க
நாம் என்ற நாட்குறிப்பினுள்
நம் நாட்கள் நகர வேண்டும்..

35) இமை மூடும் நேரத்தினில்
இமைக்கா என்னவளை
நான் இமை மூடாமல் ரசிக்க ......
என் இமைகள் இரண்டும்
அவள் இமை பார்த்து கவர்ந்து
போக
என் தோள் சாய்கிறாள் இமைக்க
என்னவள் .....
அவள் இமை மூடின கண்
இரண்டையும் காதலோடு
ரசிக்கிறேன்
அவளை தூங்க வைத்து என்
தோளில்...

36)இறைவனும் லஞ்சம் வாங்குவார் என்று
தெரிந்தால்
எனது மனமும் தன் உயிரை லஞ்சமாய் கொடுத்து
என்னவள் எப்பொழுதும் மகிழ்ச்சியுடன்
வைப்பாய்
என்று வரம் கேட்க இறைவனை
தேடுகிறேன்.... தேடுகிறேன்.....

இதுவரை தெரியவில்லை சுவாசிப்பது

உன் சுவாசக் காற்று என்று....
தெரிந்த பின்பு எனது மூச்சு துணைக் கொண்டு
பரந்து, விரிந்த காற்று மண்டலத்தில்
உன் சுவாசக் காற்றைப்

பின் தொடர்ந்து உன்னை
தேடுகிறேன்.... தேடுகிறேன்....

எங்கள் உலகில் குரலைக் கேட்டு,
ஓவிய உலகினும், கனவுலகினும் தரிசனம்
தந்ததால்
மன நிம்மதியுடன் இருந்த நான்
கோர்வையைத் தொலைத்தால்

மனம் தவியாய் தவிக்கிறதே..
நிஜ உலகில் தரிசனம் தரும் நாளைத்
தேடுகிறேன்... தேடுகிறேன்....

தியான உலகில் மெய் மறந்து
குயில் போன்று இனிக்கும் உன் குரலை நினைவு
கூர்ந்து
உன்னை தரிக்க பரந்த உலகில் உயிரால்
தேடுகிறேன்... தேடுகிறேன்....

உனது உலகைக் கண்டு பிடித்தும்
உன்னை தரிசக்க முடியாமல் தவித்து
அடுத்த ஜென்மத்திலாவது தரிசித்து
உன்னுடன் இன்பமாய் வாழும் வாழ்வைத்

தேடுகிறேன்....
தேடுகிறேன்... தேடுகிறேன்....

38) உன் நினைவுகளுடன் கண்ணீர்கடலில்
கரைந்தது நான்.....
கரைத்தவன் நீ.......
கலந்தது காதல் கண்களோடு...,
இதயம் விம்ம
இரண்டற கலந்தாலும்...
மறந்தும் பேசாத உன் மௌனம்
சம்மதமா?இல்லையா?
சேர்ந்து விட எண்ணம் கொடுத்தது காதல்..
சேராது தவித்தது காதலர்..(நாம்)
என்று உடையும் நீ எழுப்பிய இந்த
மௌனச்சுவர்.?அன்று..
நான் உன்னுடன்......

39) எந்தன் பார்வைக்கு
காத்திருந்ததோ உந்தன்
துள்ளும் கயல் விழிகள்
என்னைக் கண்ட பின்னே
துள்ளது போனதேனோ

மானின் மருண்ட விழிகளானதேனோ
எந்தன் விழிகள் தூண்டில் அல்லடி
உன் கயல்விழிப் பார்வையை
பிடித்துக் கொள்ள -பெண்ணே
என் பார்வை உந்தன்
பார்வைக்கு அடிமை
நானும் அதுவும்
உன்னை சரணடைய
காத்திருக்கிறோம் சித்தமாய்
உந்தன் இமைகளை
முடித்த திறப்பாயோ
என்னவளே எனக்காக.......

40) காலத்தின் சூறாவளி நம்மை
எதிரெதிரே எறிந்தது....
இரண்டு மகாமகம் கழித்து
இரவு நேர ரயில் பயணத்தில்
எதிர்பாராமல் சந்தித்தோம்....
நேரெதிரே இருந்தும் கூட
மவுனம் மட்டுமே நம் பாஷையானது...
சிலர் வாழ்க்கையில்
விளையாட்டு வினையாகும்...
நம் வாழ்க்கையில்
விதியே விளையாடியது...
நள்ளிரவு கடந்தும்
கண்கள் மூடவில்லை....
ரயிலின் சப்தத்தைவிட
உன் இதயத்துடிப்பின் ஓசைதான் அதிகமாய்
கேட்டது...
இது நாள் வரை புரியாமல்
இருந்த புதிருக்கு அன்று விடை கிடைத்தது...
நீயும் என்னை காதலித்ததை
காலம் கடந்து உணர வைத்தது

41) எது என்னை வீழ்த்தியது?
களவு நிறைந்த உன் கண்களா?
மீசைக்குள் அடங்காத
உன் ஆண்மையா?

கனவுகளை கலைக்கும்
உன் அழைப்போசையா?
விறு கொண்ட விசாலமான

நடையா?அல்லது

கைகளால் கோதிய

உன் கேசமா? அல்லது
மென்மையான இதழ் அனுப்பும்

தந்தி புன்னகையா?

திராவிட நிறமா?
திகட்டாத உன் அன்பா?
எது என்னை வீழ்த்தியது
எவ்வளவு யோசித்தாலும்
எத்தனை வருடமானாலும்
இன்றும் புரியவில்லை.................

42) கண்டதும் ஆயிரம் பட்டாம்பூச்சி
பறந்து பரவசம் கொள்ள செய்யும்
காதல்...

கண்வழி நுழைந்து ,
கனவாய் நிறைந்து
நினைவுகள் எல்லாம் நீடித்து
நித்திரை தொலைக்க செய்யும்
காதல்...

யுகங்களையும் கணமாய் மாற்றி
களித்து இருக்க செய்து , ஈருடல்
ஒருயிராய் நிலைகொள்ளும்
காதல்...

கனவுகள் கண்முழித்து கொள்ள
கை நழுவி போகும் காதல் அது
கண்நிறைத்து களித்திருந்த
காலங்களை கயிறு கட்டி
இழுத்து செல்ல...

கோர்த்திருந்த கை அதுவே
குரல்வளை நெரித்து குழி தள்ளி
மண்மூடும் மணித்துளி தரும் வலி ...

இதயம் எல்லாம் இன்பமாய்
இருக்க செய்திட்ட காதலே
இதயம் இறுக்கி இனிமேலும்
துடித்திடாதபடி முடக்கி செல்லும் வலி...

இணைந்தே இருந்திடுவோம்
என இறுமாப்பாய் இருந்திட்ட
இரு உயிரும், இரு வேறாய் விலகிச்செல்ல
விழி நிறைக்கும் தருணம் தரும் வலி,
அது விலகாது வாழ்க்கை முடியும் வரை
தொடரும் வலி...

கைகூடாது கலைந்துப்போன
காதல் தரும் வலி அது மூச்சிருக்கும்
ஒவ்வொரு நொடியும் மரணம் அதை
உணரச்செய்யும் வலியே....

43) அமைதியாய் நான்
மாறிப்போனேன் உன்
வார்த்தைகளின் வலிகளால்...

வாள் கொண்டு வீசும்
வலிதனை உன் வார்த்தைகள்
தரும் என உணர்வாயா???...

உன் போல் பேசும் வழிதனை
தெரியாமல், விழி நிறைந்து
நிற்கிறேன் உண்மையாய்...

44) உணர்வுகளை உருக்கி கவிதையாய் செதுக்கி

வந்த என் பேனா முனையோ
உனது பிரிவால் மையைக்

கக்கக் கூட முகம் சுளிக்கிறது
நீ பொழிந்த பாசமழையோ

என் மனதில் அழியா கல்வெட்டாய் வாழ்கிறது
நினைவுகளை அழிக்கத் தெரியா

இந்தப் பாவியை
நீ கண் இமைக்கும் கணத்தில்

வஞ்சித்து விட்டாய்

உன்னோடு வாழ வேண்டும் என்று

நான் மனதில் கட்டிய தாஜ்மாஹால்
இடிந்து விழுந்து என் மனதிலிருந்து

மறைந்தே விட்டது
நீ என்னுடன் இருப்பேன் என்று

எனக்களித்த வாக்குறுதியும்
இன்று உயிரற்றுப் போனது

நினைவுகளைக் கருவாக வைத்துப்

புனைகிறேன் உனக்கொரு கவிதை
விடைப்பெற்றக் காதலுக்கு

விடைகிடைப்பது என்றோ?
உனது மான்விழிகளில் சிக்குண்ட என்னை
விட்டுவிட்டு
நீ மட்டும் தனியாக

கல்லறைக்குச் சென்றது ஏனோ?

எத்தனையோ உறவுகளைச் சந்தித்தப் போதிலும்
எனக்கென வந்தவள் நீயொருவள் தானே...
உன்னுடன் கழித்தத் தருணங்களை

வாய்மொழியால் சொல்லத் தெரியவில்லை
பார்வை மொழியாலும் பதிலளிக்கத்
தெரியவில்லை

நம் வாழ்வில் வீசிய வசந்தக்

காற்றுகளே சுவடில்லாமல் மறைய
நாம் செதுக்கிய காவியங்களோ

சிரஞ்சீவீயாக வாழ
நான் மட்டும் ஏனோ

உன் தோள் சாய்ந்து பேசிய வார்த்தைகளை
இன்று தனிமையில் என் காகிதத்திடம்

மனக்குமுறல்களைக் கொட்டித் தீர்க்கிறேன்
உன்னைப் பிரியாத வரம் வேண்டி !!!